Impressum
Verlag: BABADADA GmbH, Nedderfeld 112 , 22529 Hamburg
Geschäftsführer / Verlagsleitung: Harald Hof
Druck: Books on Demand GmbH, In de Tarpen 42, 22848 Norderstedt

Imprint
Publisher: BABADADA GmbH, Nedderfeld 112 , 22529 Hamburg, Germany
Managing Director / Publishing direction: Harald Hof
Print: Books on Demand GmbH, In de Tarpen 42, 22848 Norderstedt, Germany

trường học

escuela

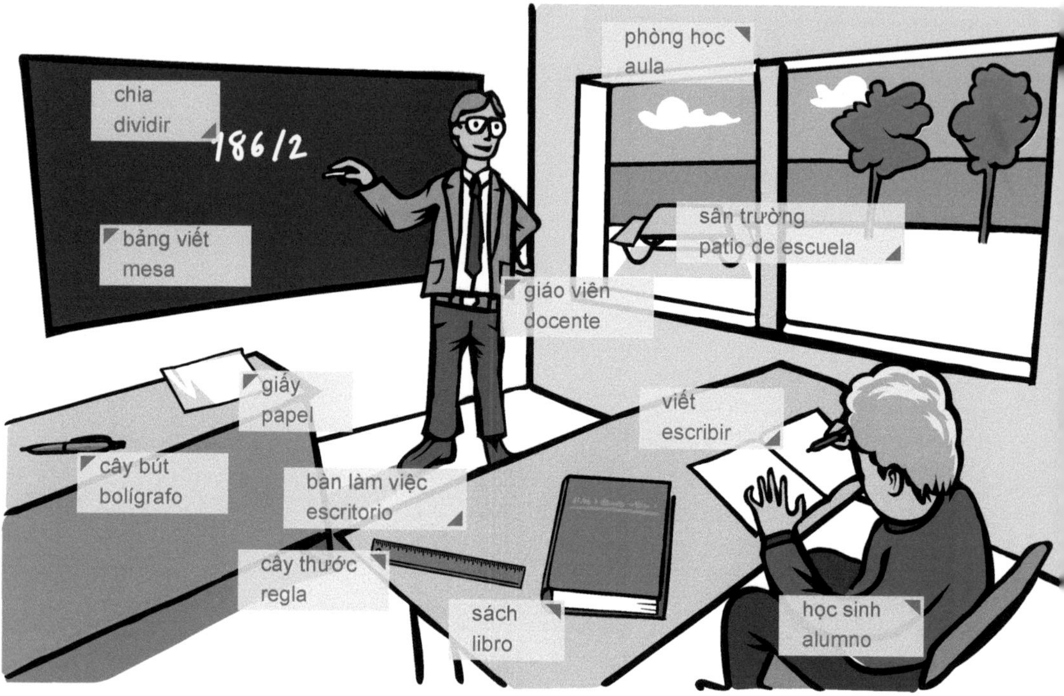

phòng học
aula
chia
dividir
186/2
bảng viết
mesa
sân trường
patio de escuela
giáo viên
docente
giấy
papel
viết
escribir
cây bút
bolígrafo
bàn làm việc
escritorio
cây thước
regla
sách
libro
học sinh
alumno

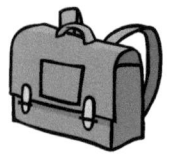

cặp đeo vai học sinh

mochila escolar

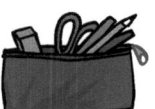

hộp đựng bút

caja de lápices

bút chì

lápiz

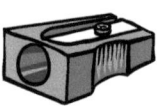

cái gọt bút chì

sacapuntas

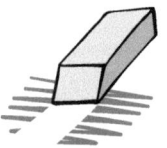

cục tẩy

goma de borrar

tập giấy vẽ

bloc de dibujo

bản vẽ
dibujo

cọ vẽ
pincel

hộp mực vẽ
caja de pinturas

cây kéo
tijera

keo dán
pegamento

sách bài tập
libro de ejercicios

bài tập ở nhà
tarea

12

số
número

2+2

cộng
sumar

5-2

trừ
restar

2×2

nhân
multiplicar

tính toán
calcular

A

chữ cái
letra

**ABCDEFG
HIJKLMN
OPQRSTU
VWXYZ**

bảng chữ cái
alfabeto

hello

từ
palabra

văn bản

texto

đọc

leer

phấn viết

tiza

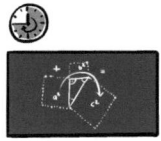

bài học

lección

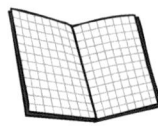

sổ lớp

libro de clase

thi kiểm tra

examen

chứng chỉ

certificado

đồng phục học sinh

uniforme escolar

giáo dục

educación

từ điển bách khoa

enciclopedia

đại học

universidad

kính hiển vi

microscopio

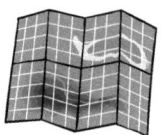

bản đồ

mapa

thùng rác giấy

cesto de papeles

du lịch
viaje

khách sạn
hotel
Grand
nhà trọ
albergue
ROOMS
CHANGE
quầy đổi tiền
casa de cambio
va li
maleta
xe ô tô
auto

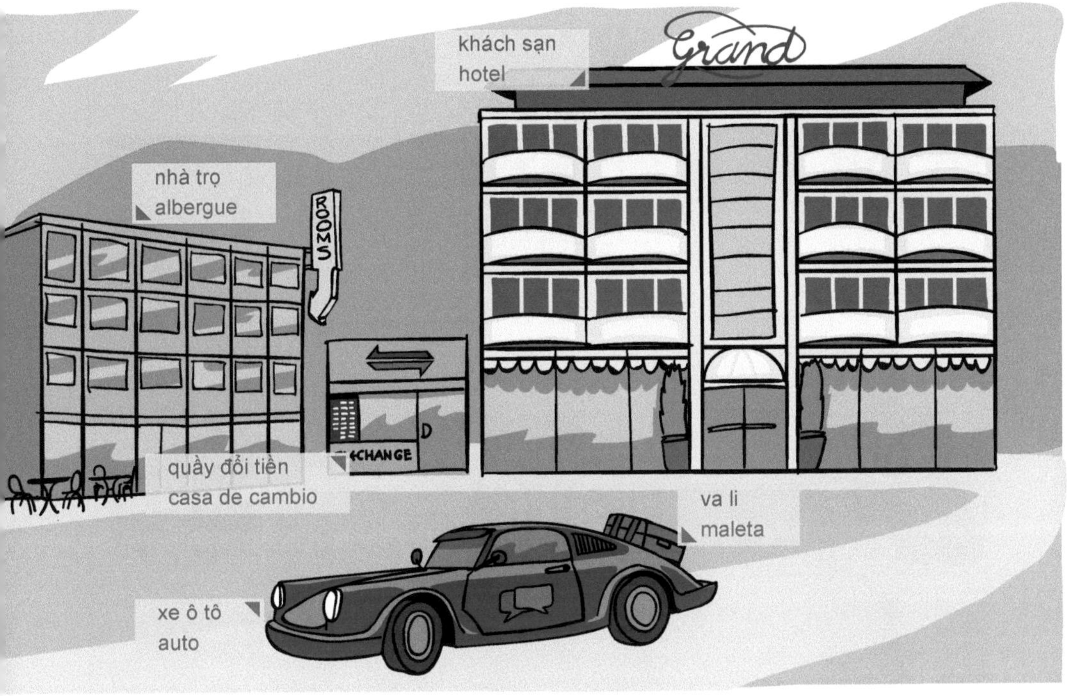

ngôn ngữ

idioma

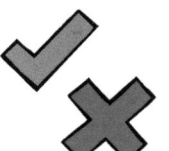

có / không

sí / no

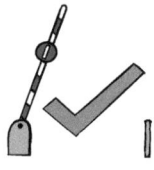

ô kê

ok

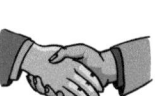

Xin chào

hola

thông dịch viên

intérprete

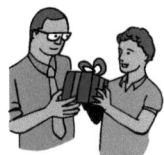

cám ơn

gracias

... bao nhiêu tiều?

¿Cuánto cuesta...?

tôi không hiểu

No entiendo

vấn đề

problema

Xin chào! (buổi tối)

¡Buenas tardes!

xin chào! (buổi sáng)

¡Buenos días!

chúc ngủ ngon!

¡Buenas noches!

tạm biệt

adiós

hướng đi

dirección

hành lý

equipaje

túi xách

bolso

túi ba lô

mochila

khách

invitado

phòng

cuarto

túi ngủ

saco de dormir

lều

tienda de campaña

thông tin du lịch

información al turista

bãi biển

playa

thẻ tín dụng

tarjeta de crédito

ăn sáng

desayuno

ăn trưa

almuerzo

ăn tối

cena

vé xe

pasaje

thang máy

ascensor

tem bưu điện

sello

biên giới

límite

hải quan

aduana

đại sứ quán

embajada

thị thực

visa

hộ chiếu

pasaporte

vận chuyển

transporte

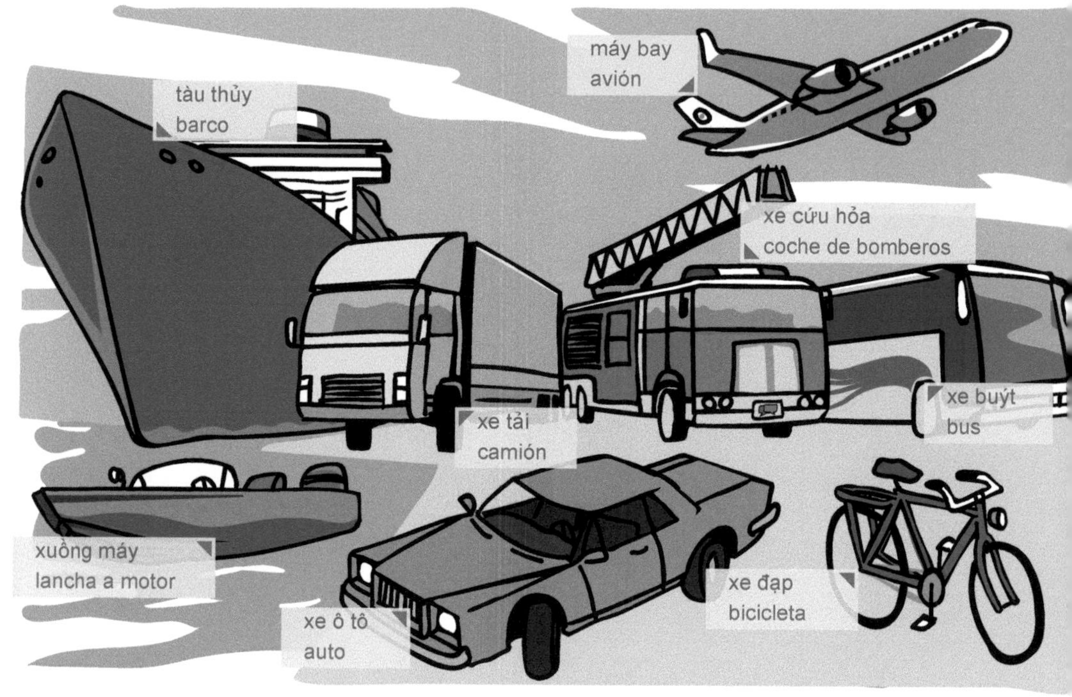

máy bay
avión
tàu thủy
barco
xe cứu hỏa
coche de bomberos
xe buýt
bus
xe tải
camión
xuồng máy
lancha a motor
xe đạp
bicicleta
xe ô tô
auto

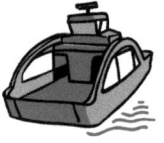

phà

balsa

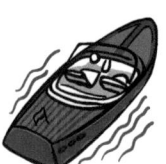

xuồng

lancha

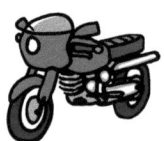

xe máy

motocicleta

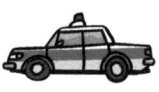

xe cảnh sát

auto de policía

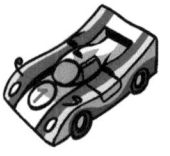

xe đua

auto de carreras

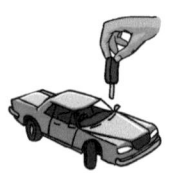

xe cho thuê

auto de alquiler

dịch vụ thuê xe tự lái

alquiler de autos

xe kéo cứu hộ

grúa

xe rác

vehículo recolector de basura

động cơ

motor

xăng

gasolina

trạm xăng

gasolinera

biển báo giao thông

señal de tráfico

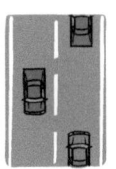

giao thông

tránsito

ách tắc giao thông

atasco

bãi đậu xe

estacionamiento

nhà ga

estación de tren

đường ray

carril

xe lửa

tren

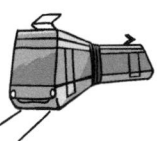

tàu điện

tranvía

toa xe

vagón

máy bay trực thăng

helicóptero

sân bay

aeropuerto

tháp

torre

hành khách

pasajero

côngtenơ

contenedor

thùng các-tông

caja de cartón

xe đẩy

carro

cái giỏ

cesta

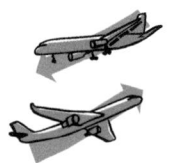

cất cánh / hạ cánh

despegar / aterrizar

thành phố
ciudad

làng

aldea

trung tâm thành phố

centro de la ciudad

nhà

casa

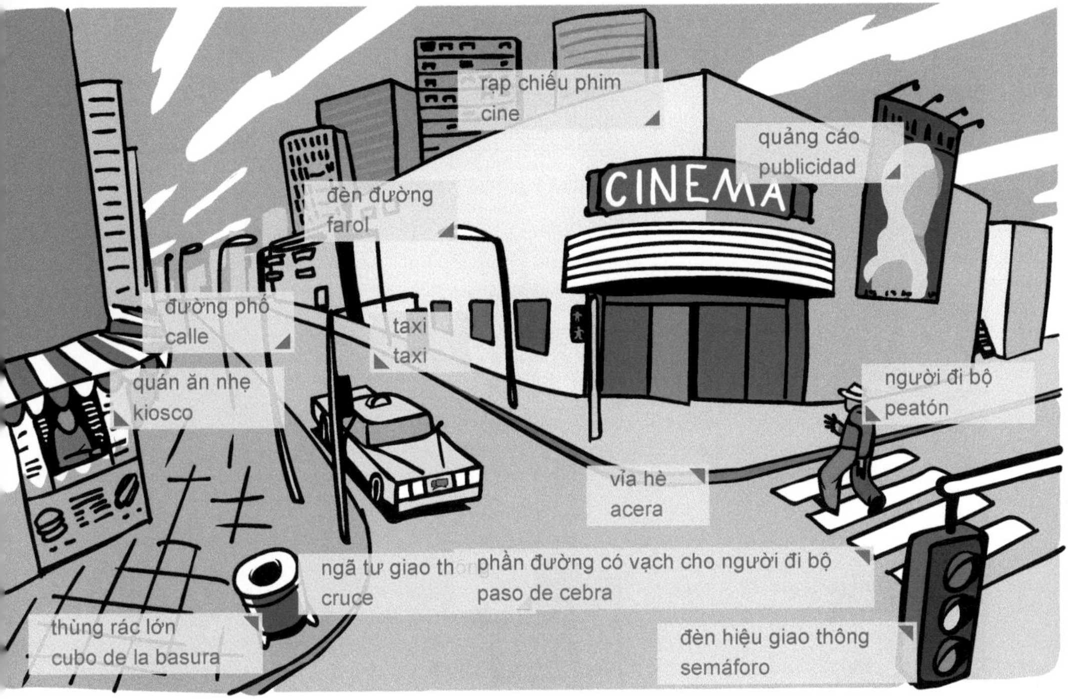

rạp chiếu phim
cine

quảng cáo
publicidad

đèn đường
farol

đường phố
calle

taxi
taxi

người đi bộ
peatón

quán ăn nhẹ
kiosco

vỉa hè
acera

ngã tư giao th...
cruce

phần đường có vạch cho người đi bộ
paso de cebra

thùng rác lớn
cubo de la basura

đèn hiệu giao thông
semáforo

nhà chòi
cabaña

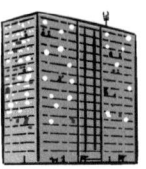

căn hộ
apartamento

nhà ga
estación de tren

tòa thị chính
ayuntamiento

viện bảo tàng
museo

trường học
escuela

thành phố - ciudad

đại học

universidad

ngân hàng

banco

bệnh viện

hospital

khách sạn

hotel

hiệu thuốc

farmacia

văn phòng

oficina

hiệu sách

librería

cửa hiệu

negocio

cửa hiệu bán hoa

florería

siêu thị

supermercado

chợ

mercado

cửa hàng bách hóa

grandes almacenes

người bán cá

pescadería

trung tâm mua bán

centro comercial

bến cảng

puerto

công viên

parque

ghế băng

banco

cầu

puente

cầu thang

escalera

tàu điện ngầm

metro

đường hầm

túnel

trạm xe buýt

parada de autobuses

quán bar

bar

khách sạn

restaurante

hòm thư công cộng

buzón de correo

bảng hiệu đường

letrero

đồng hồ đậu xe

parquímetro

vườn bách thú

zoológico

bể bơi

piscina

nhà thờ Hồi giáo

mezquita

nông trại
granja

ô nhiễm môi trường
polución

nghĩa trang
cementerio

nhà thờ
iglesia

sân chơi
parque infantil

ngôi đền
templo

phong cảnh
paisaje

lá cây
hoja

bảng chỉ đường
indicador de camino

lối đi
sendero

bãi cỏ
pradera

hòn đá
piedra

cây
árbol

người đi bộ đường dài
caminante

sông
río

cỏ
pasto

bông hoa
flor

thung lũng
valle

đồi
montaña

hồ nước
lago

rừng
bosque

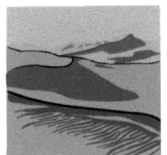

sa mạc
desierto

núi lửa
volcán

lâu đài
castillo

cầu vồng
arco iris

nấm
seta

cây cọ
palmera

con muỗi
mosquito

con ruồi
mosca

con kiến
hormiga

con ong
abeja

con nhện
araña

bọ cánh cứng

escarabajo

con ếch

rana

con sóc

ardilla

con nhím

erizo

con thỏ

liebre

con cú

lechuza

con chim

pájaro

thiên nga

cisne

heo rừng

jabalí

con hươu

ciervo

nai sừng tấm

alce

đê

embalse

tuabin gió

aerogenerador

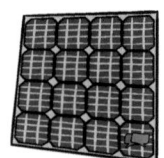

tấm năng lượng mặt trời

módulo solar

khí hậu

clima

khách sạn
restaurante

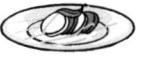

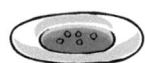

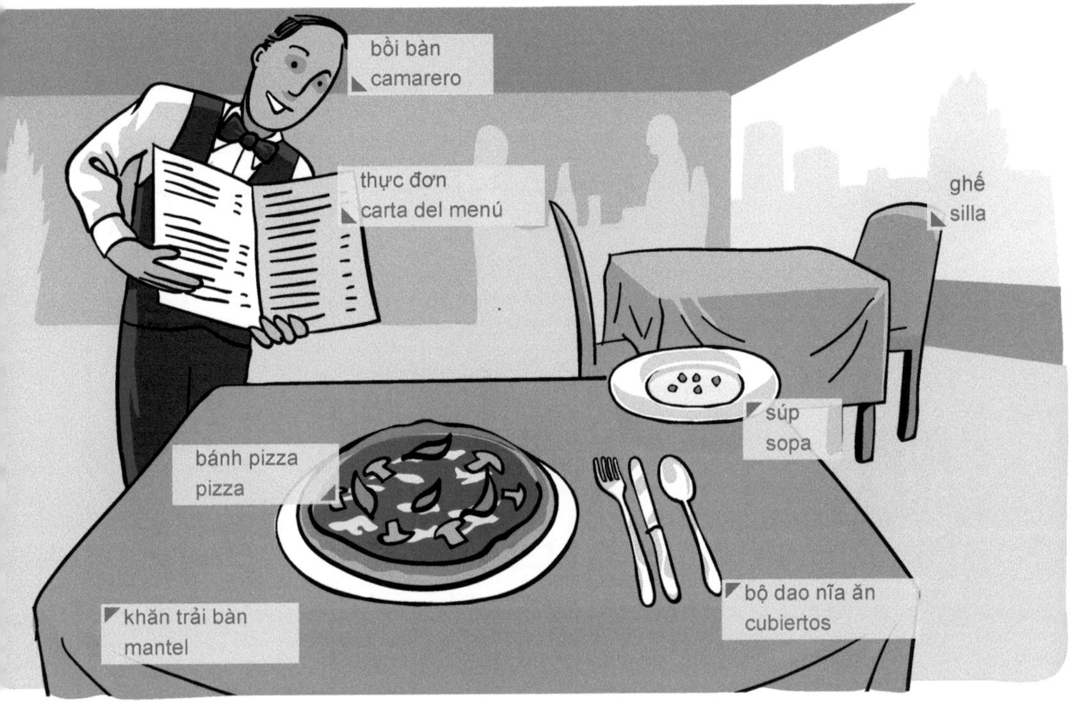

bồi bàn
camarero
thực đơn
carta del menú
ghế
silla
súp
sopa
bánh pizza
pizza
bộ dao nĩa ăn
cubiertos
khăn trải bàn
mantel

món ăn khai vị

entrada

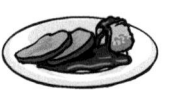

món ăn chính

plato principal

món tráng miệng

postre

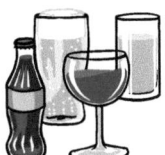

thức uống

bebida

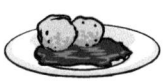

thức ăn

comida

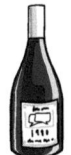

cái chai

botella

thức ăn nhanh

comida rápida

thức ăn đường phố

comida callejera

ấm trà

tetera

hộp đường

azucarera

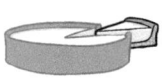

khẩu phần

porción

máy pha espresso

máquina de espresso

ghế cao

silla alta

hóa đơn

factura

khay

bandeja

dao

cuchillo

nĩa

tenedor

thìa

cuchara

thìa uống trà

cuchara de té

khăn ăn

servilleta

cốc thủy tinh

vaso

đĩa
plato

đĩa súp
plato de sopa

đĩa lót cốc
platillo

nước sốt
salsa

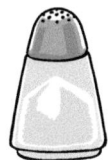

lọ muối
salero

cái xay tiêu
molinillo para pimienta

giấm
vinagre

dầu
aceite

gia vị
especias

nước xốt cà chua
ketchup

tương hạt cải
mostaza

nước sốt mayonnaise
mayonesa

siêu thị
supermercado

chào giá đặc biệt
oferta
FOR
khách hàng
cliente
sản phẩm từ sữa
productos lácteos
trái cây
fruta
xe đẩy mua sắm
carrito de compras

BUTCHERS

lò mổ

carnicería

BAKERY

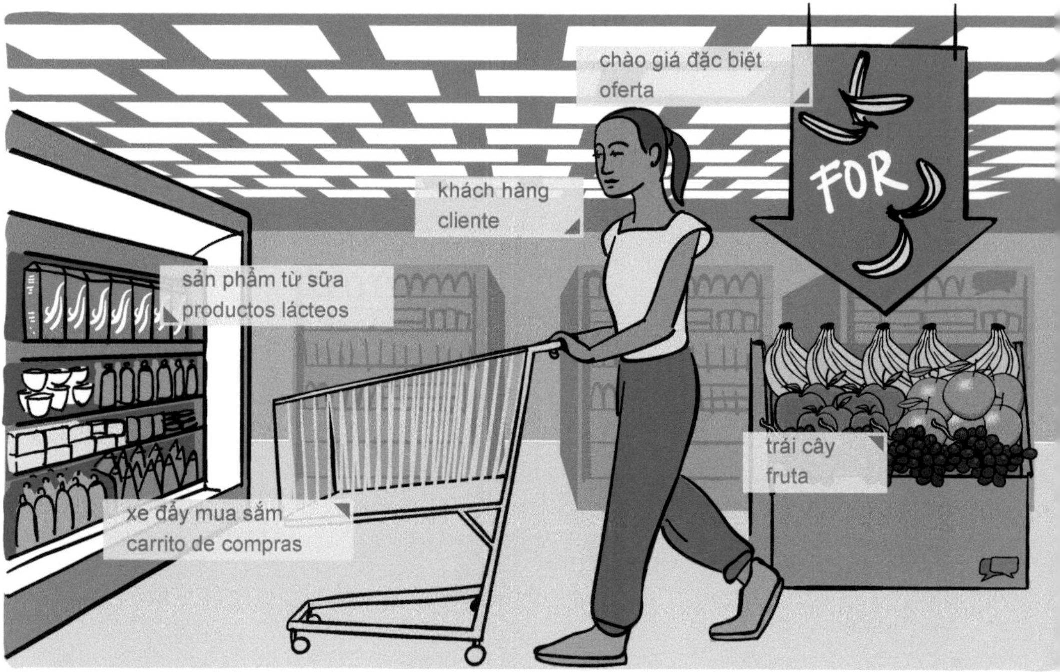

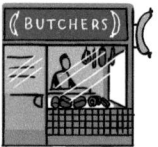

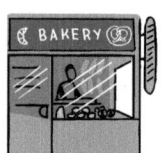

cửa hiệu bán bánh mì

panadería

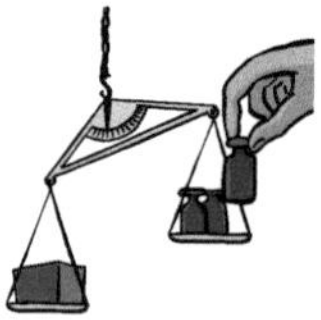

cân nặng

pesar

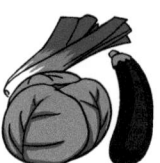

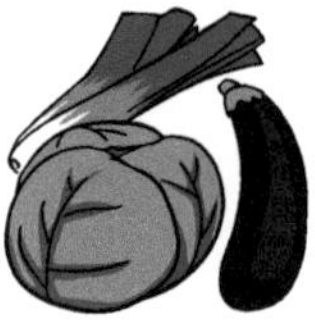

rau quả

verdura

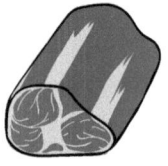

thịt

carne

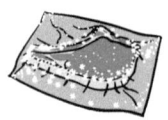

thức ăn đông lạnh

alimentos congelados

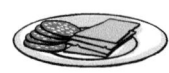

lát thịt nguội

fiambre

đồ hộp

conservas

bột giặt

detergente en polvo

đồ ngọt

dulces

sản phẩm dùng trong gia đình

artículos domésticos

chất tẩy rửa

productos de limpieza

người bán hàng

vendedora

quầy trả tiền

caja

nhân viên thu ngân

cajero

danh sách mua sắm

lista de compras

giờ mở cửa

horario de atención

ví tiền

cartera

thẻ tín dụng

tarjeta de crédito

túi đeo

maleta

túi ny lông

bolsa plástica

nước

agua

nước quả ép

jugo

sữa

leche

coca-cola

refresco de cola

rượu vang

vino

bia

cerveza

cồn

alcohol

cacao

cacao

trà

té

cà phê

café

espresso

espresso

cappuccino

cappuccino

chuối

banana

quả táo

manzana

quả cam

naranja

dưa hấu

sandía

chanh

limón

cà rốt

zanahoria

tỏi

ajo

tre

bambú

củ hành

cebolla

nấm

seta

hạt dẻ

nueces

mì

fideos

mì spaghetti

espagueti

cơm

arroz

xà lách

ensalada

khoai tây chiên

patatas fritas

khoai tây chiên

patatas salteadas

bánh pizza

pizza

bánh hamburger

hamburguesa

bánh mì sandwich

sándwich

thịt côtlet

escalope

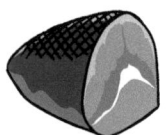

thịt giăm bông

jamón

xúc xích

salame

dồi

embutido

gà

pollo

rán

asado

cá

pescado

cháo yến mạch

copos de avena

cháo muesli

musli

bánh bột ngô nướng

copos de maíz tostado

bột mì

harina

bánh sừng bò

croissant

bánh mì

panecillo

bánh mì

pan

bánh mì nướng

tostada

bánh bích quy

galletas

bơ

mantequilla

sữa đông

cuajada

bánh ngọt

pastel

trứng

huevo

trứng rán

huevo frito

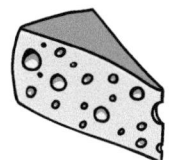

pho mát

queso

kem

helado

đường

azúcar

mật ong

miel

mứt

mermelada

kem nougat

praliné

cà ri

curry

thức ăn - comida

nông trại
granja

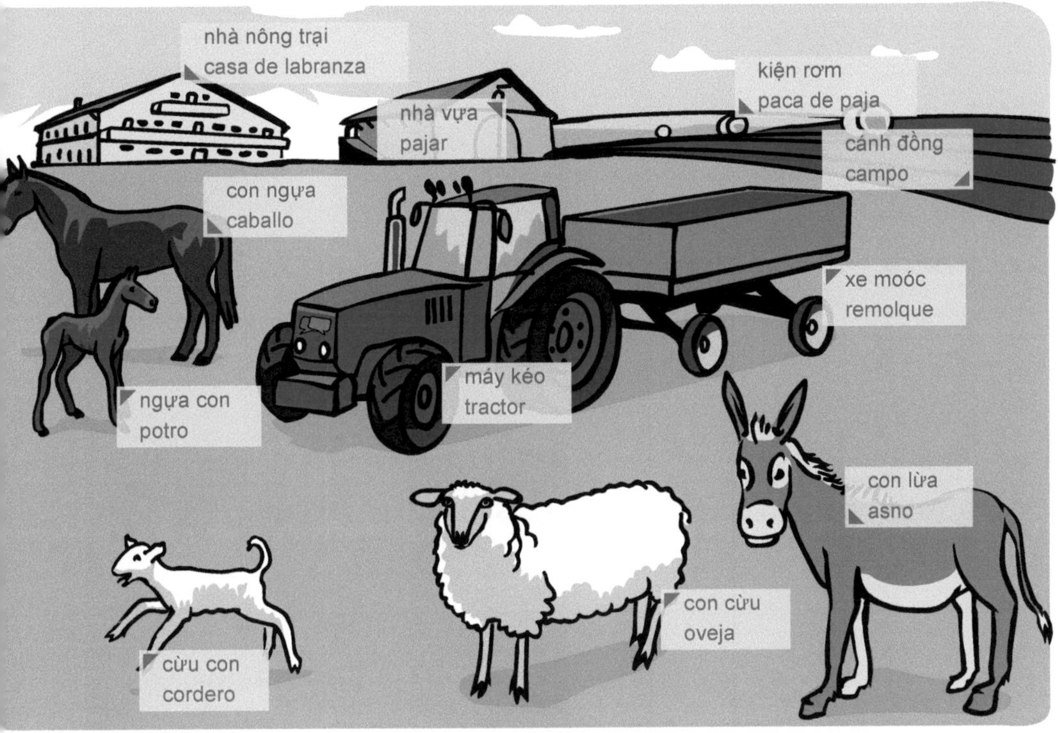

nhà nông trại
casa de labranza
nhà vựa
pajar
kiện rơm
paca de paja
cánh đồng
campo
con ngựa
caballo
xe moóc
remolque
máy kéo
tractor
ngựa con
potro
con lừa
asno
con cừu
oveja
cừu con
cordero

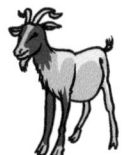

con dê
cabra

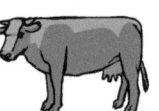

con bò
vaca

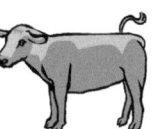

con bê
ternero

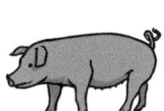

con lợn
cerdo

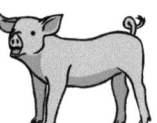

lợn con
lechón

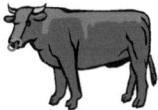

bò đực
toro

con ngỗng
ganso

con vịt
pato

gà con
polluelo

gà mái
pollo

gà trống
gallo

con chuột
rata

mèo
gato

chuột nhắt
ratón

bò đực
buey

con chó
perro

nhà chuồng chó
caseta del perro

ống tưới vườn cây
manguera de riego

thùng tưới cây
regadera

lưỡi hái
guadaña

cái cày
arado

cái liềm
hoz

cái cuốc
azada

cái chĩa
bieldo

cái rìu
hacha

xe cút kít
carretilla

máng ăn
abrevadero

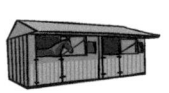

lọ sữa
lechera

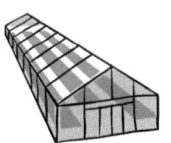

bao tải
saco

hàng rào
cerca

chuồng
establo

nhà kính trồng cây
invernadero

đất trồng
suelo

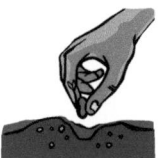

hạt giống
semilla

phân bón
fertilizante

máy gặt đập liên hợp
cosechadora

thu hoạch
cosechar

mùa thu hoạch
cosecha

khoai lang
raíz de ñame

lúa mì
trigo

đậu nành
soja

khoai tây
patata

ngô
maíz

hạt cải dầu
colza

cây ăn trái
Árbol frutal

sắn
mandioca

ngũ cốc
cereales

nhà
casa

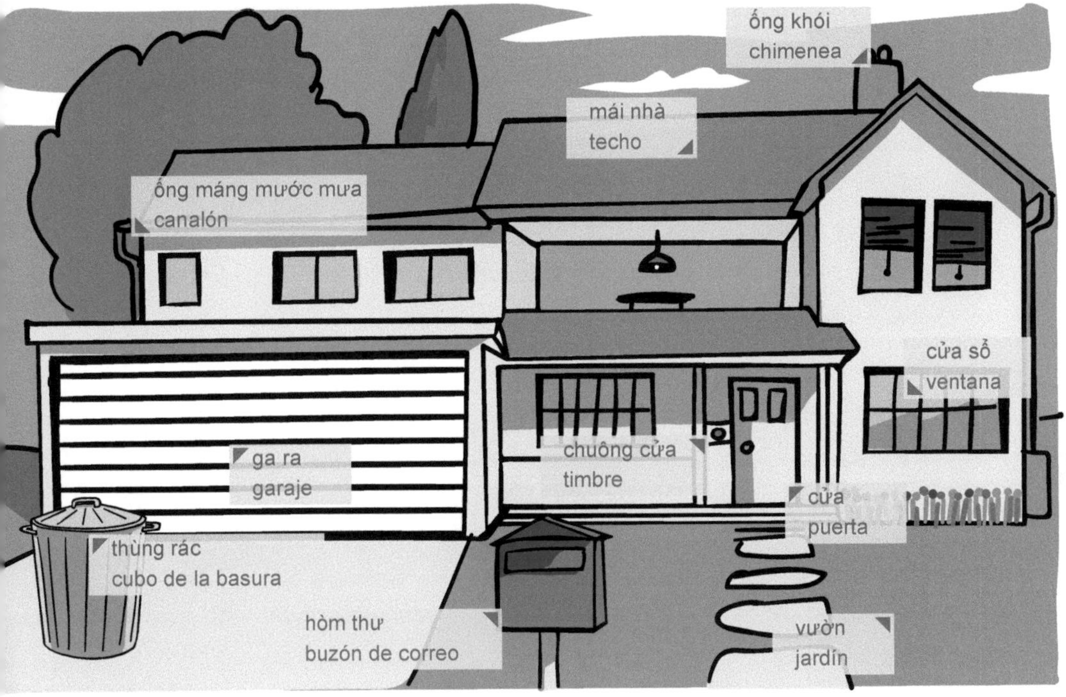
ống khói
chimenea
mái nhà
techo
ống máng mước mưa
canalón
cửa sổ
ventana
ga ra
garaje
chuông cửa
timbre
cửa
puerta
thùng rác
cubo de la basura
hòm thư
buzón de correo
vườn
jardín

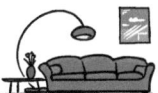

phòng khách
cuarto de estar

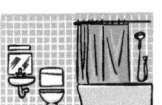

phòng tắm
cuarto de baño

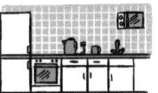

bếp
cocina

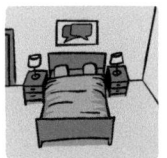

phòng ngủ
dormitorio

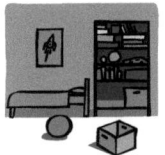

phòng trẻ em
cuarto de los niños

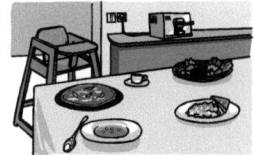

phòng ăn
comedor

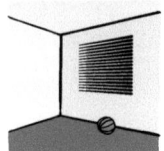

nền nhà

piso

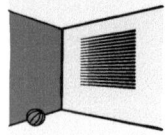

tường

pared

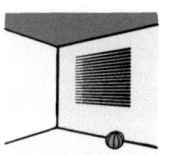

trần nhà

cielorraso

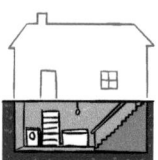

tầng hầm

sótano

tắm hơi

sauna

ban công

balcón

sân hiên

terraza

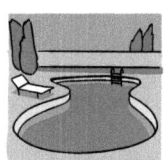

bể bơi

piscina

máy cắt cỏ

cortacésped

khăn trải giường

funda nórdica

khăn trải giường

edredón

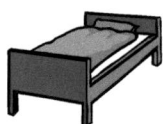

giường

cama

chổi

escoba

cái xô

cubo

công tắc điện

interruptor

phòng khách
cuarto de estar

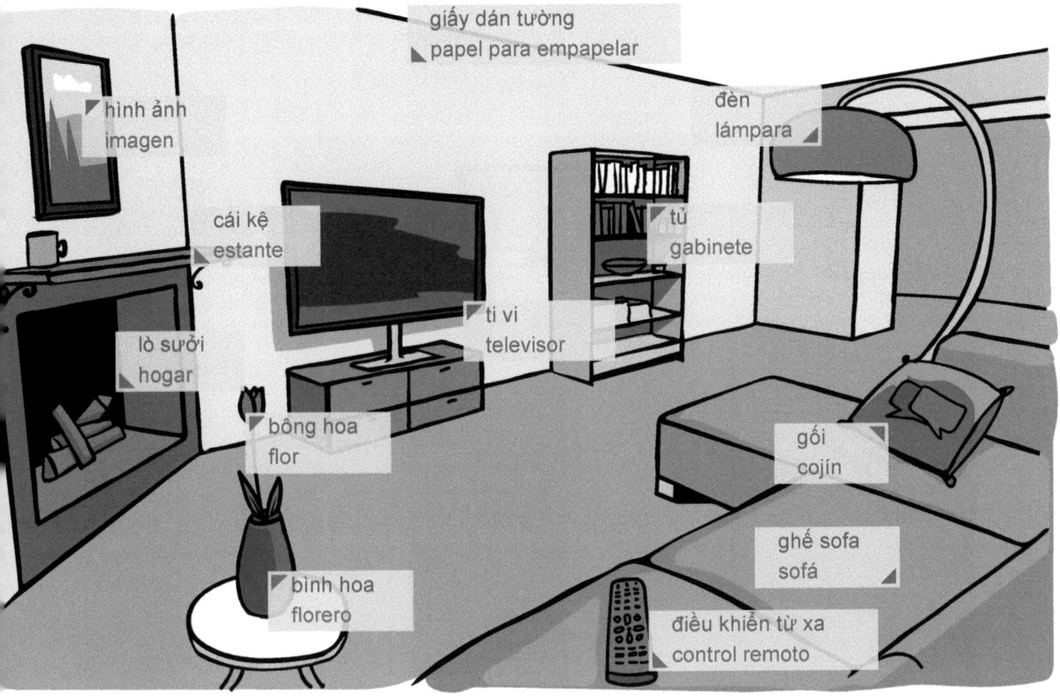
giấy dán tường
papel para empapelar
hình ảnh
imagen
đèn
lámpara
cái kệ
estante
tủ
gabinete
ti vi
televisor
lò sưởi
hogar
bông hoa
flor
gối
cojín
ghế sofa
sofá
bình hoa
florero
điều khiển từ xa
control remoto

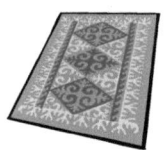

thảm
alfombra

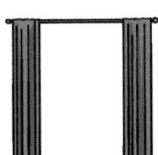

rèm
cortina

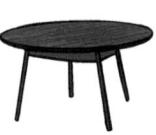

cái bàn
mesa

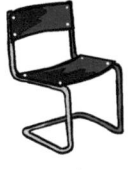

ghế
silla

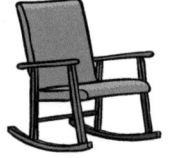

ghế bập bênh
mecedora

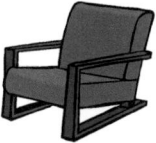

ghế bành
sillón

sách

libro

cái chăn

frazada

đồ trang trí

decoración

củi

leña

phim

film

máy hi-fi

equipo estereofónico

chìa khóa

llave

báo

periódico

bức tranh

cuadro

áp phích

póster

radio

radio

sổ ghi chép

bloc de notas

máy hút bụi

aspiradora

cây xương rồng

cactus

cây nến

vela

bếp
cocina

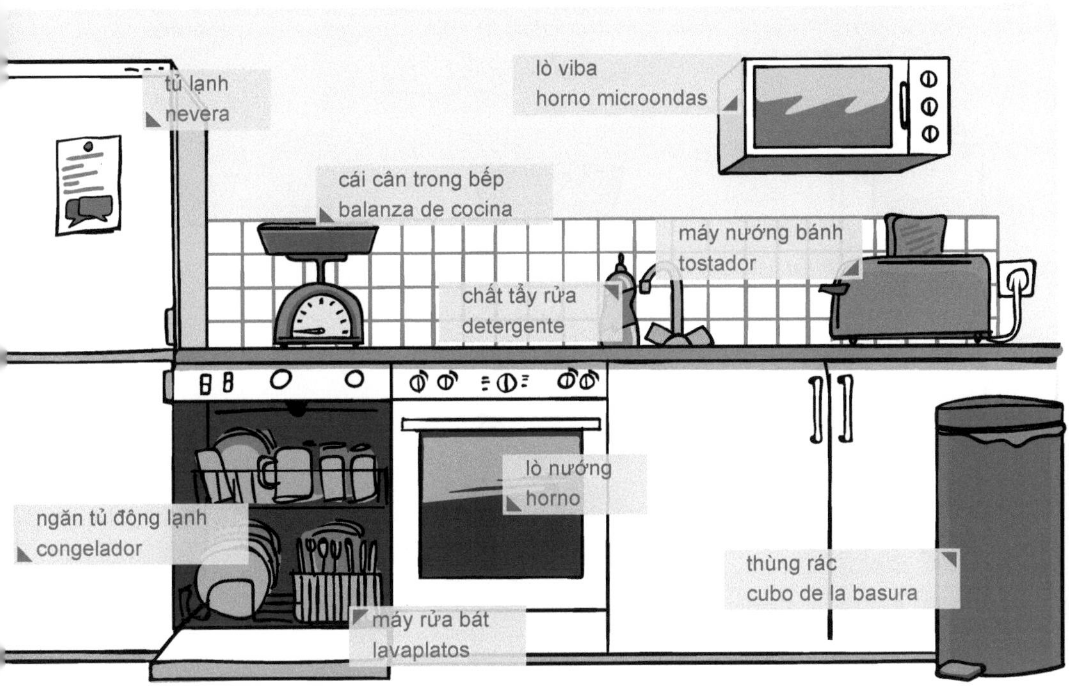

tủ lạnh
nevera
lò viba
horno microondas
cái cân trong bếp
balanza de cocina
máy nướng bánh
tostador
chất tẩy rửa
detergente
lò nướng
horno
ngăn tủ đông lạnh
congelador
thùng rác
cubo de la basura
máy rửa bát
lavaplatos

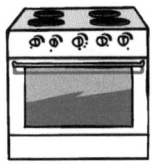

lò nấu
cocina

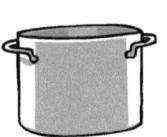

nồi
olla

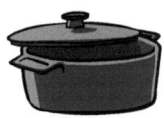

nồi sắt
olla de fundición de hierro

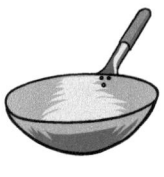

chảo
wok / kadai

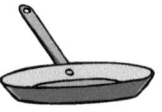

chảo
sartén

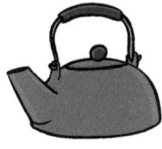

ấm đun nước
hervidor de agua

nồi đun hơi

olla de vapor

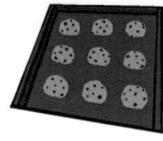

khay lò nướng

bandeja de horno

bát đĩa

vajilla

cốc

vaso

cái bát

bol

đũa

palillos para comer

cái vá

cucharón de sopa

bàn xẻng

espátula

que đánh kem

batidor

rây dùng trong bếp

colador

cái rây lọc

cedazo

cái nạo

rallador

vữa

mortero

vỉ nướng

parrillada

ngọn lửa trần

fogata

cái thớt
tabla de picar

trục cán bột
rodillo

cái mở nút chai
sacacorchos

vỏ đồ hộp
lata

cái mở vỏ đồ hộp
abrelatas

miếng nhấc nồi
agarrador

bồn rửa bát
fregadero

bàn chải
cepillo

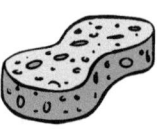

miếng xốp
esponja

máy xay
batidora

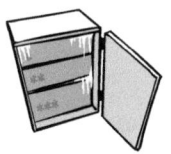

tủ đông lạnh
arcón congelador

bình sữa cho trẻ sơ sinh
biberón

vòi nước
grifo

phòng tắm

cuarto de baño

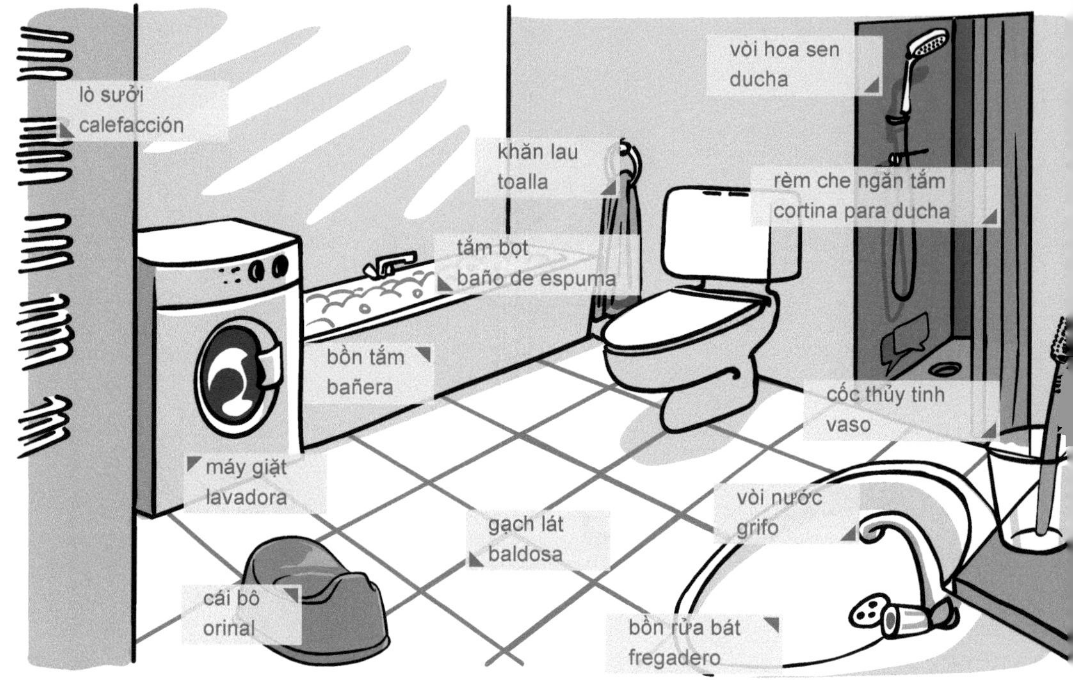

lò sưởi
calefacción
vòi hoa sen
ducha
khăn lau
toalla
rèm che ngăn tắm
cortina para ducha
tắm bọt
baño de espuma
bồn tắm
bañera
cốc thủy tinh
vaso
máy giặt
lavadora
vòi nước
grifo
gạch lát
baldosa
cái bô
orinal
bồn rửa bát
fregadero

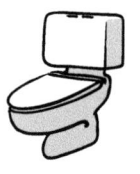

bồn cầu

cuarto de baño

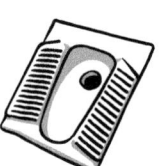

bồn cầu ngồi xổm

placa turca

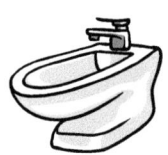

bồn rửa hậu môn

bidé

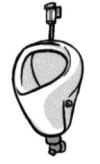

bồn tiểu tiện

urinario

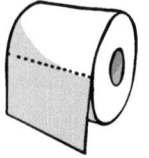

giấy vệ sinh

papel higiénico

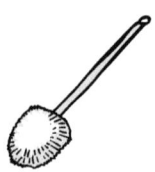

bàn chải cọ bồn cầu

escobilla para el cuarto de baño

bàn chải đánh răng

cepillo de dientes

kem đánh răng

pasta dentífrica

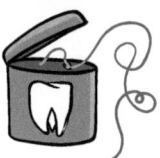

chỉ nha khoa

seda dental

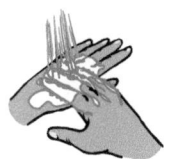

rửa

lavar

vòi sen cầm tay

ducha teléfono

vòi rửa hậu môn

ducha higiénica

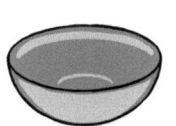

bồn rửa

cuenco

bàn chải cọ lưng

cepillo para la espalda

xà phòng

jabón

sữa tắm

gel de ducha

dầu gội

champú

khăn cọ để tắm

manopla para baño

lỗ thoát nước

desagüe

kem

crema

chất khử mùi

desodorante

phòng tắm - cuarto de baño

gương

espejo

gương tay

espejo de maquillaje

dao cạo râu

máquina de afeitar

kem cạo râu

espuma de afeitar

nước thơm dùng sau khi cạo râu

loción para después del afeitado

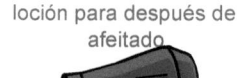

cái lược

peine

bàn chải

cepillo

máy xấy tóc

secador para cabello

keo xịt tóc

laca de peinado

đồ trang điểm

maquillaje

thỏi son môi

lápiz labial

sơn bôi móng

laca para uñas

bông

algodón

kéo cắt móng

tijera para uñas

nước hoa

perfume

túi đựng đồ tắm

neceser

ghế đầu

taburete

cái cân

balanza

áo choàng tắm

bata de baño

găng tay làm vệ sinh

guantes de goma

nút gạc

tampón

băng vệ sinh

compresa

nhà vệ sinh hóa chất

wáter químico

phòng trẻ em

cuarto de los niños

đồng hồ báo thức
despertador
thú bông
animal de peluche
xe đồ chơi
auto de juguete
cái lúc lắc
sonajero
nhà búp bê
casa de muñecas
món quà
obsequio

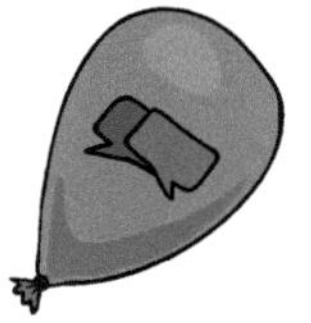

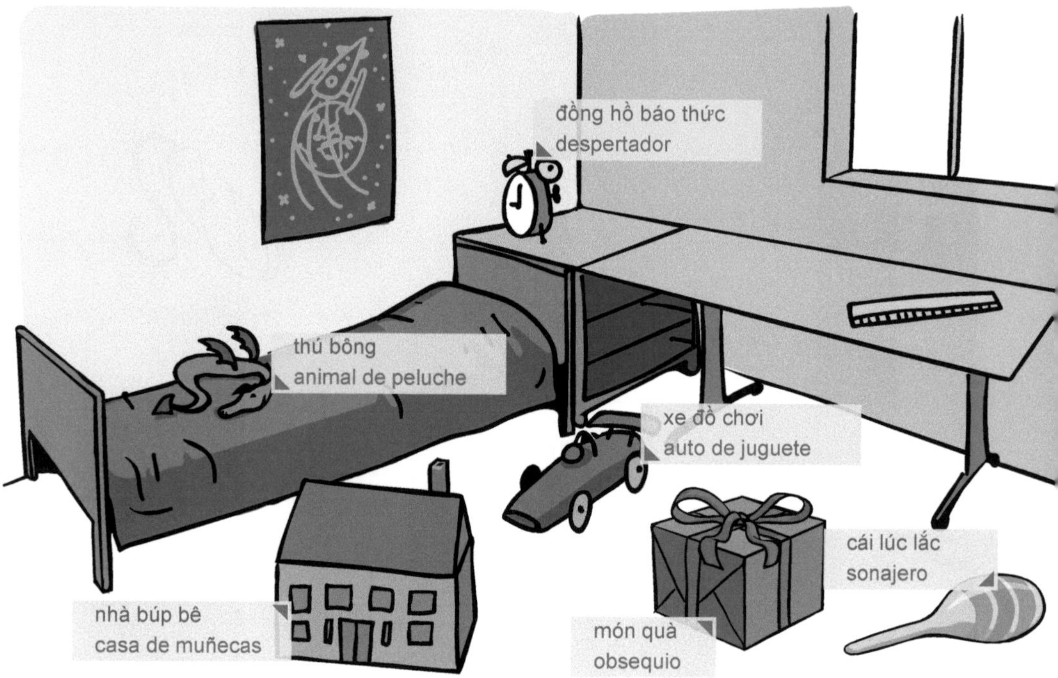

bong bóng

globo

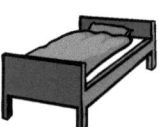

giường

cama

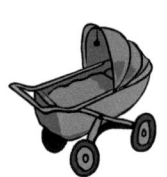

xe nôi

cochecito para niños

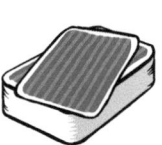

trò chơi bài

juego de barajas

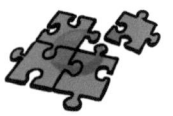

trò chơi ghép hình

rompecabezas

SUPER
MEGA

truyện tranh

cómic

gạch Lego

piezas de Lego

khối xếp hình

bloques para jugar

nhân vật hành động

figura de acción

áo liền quần cho trẻ sơ sinh

pijama de una pieza

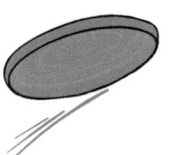

đĩa nhựa để ném

frisbee

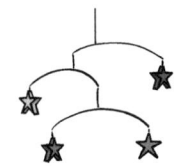

đồ chơi treo trên giường

móvil

trò chơi cờ bàn

juego de mesa

xúc xắc

dado

đồ chơi xe lửa mô hình

tren eléctrico a escala

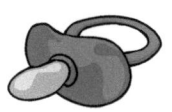

ti giả

chupete

buổi tiệc

fiesta

sách tranh

libro de dibujos

quả bóng

pelota

búp bê

títere

chơi

jugar

hố cát

arenero

cái đu

columpio

đồ chơi

juguetes

máy chơi game cầm tay

consola de videojuego

xe ba bánh

triciclo

gấu bông

osito de peluche

tủ quần áo

guardarropa

y phục

vestimenta

bít tất

calcetines

bít tất dài

medias

quần tất

panti

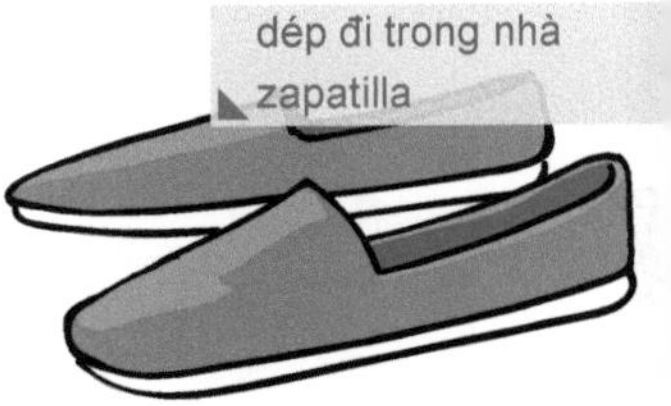

khăn choàng cổ
chal

ô che mưa
paraguas

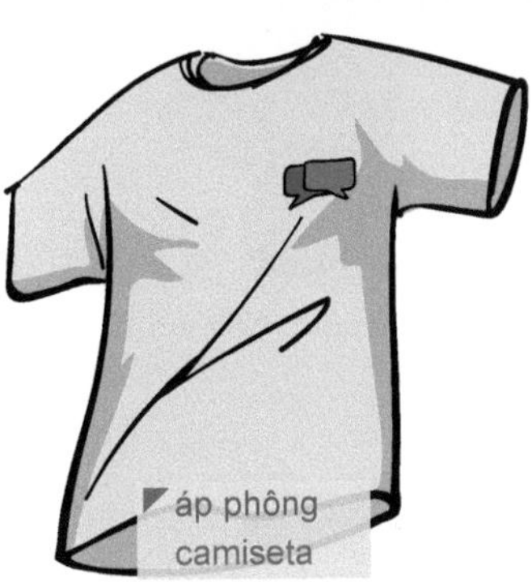

áp phông
camiseta

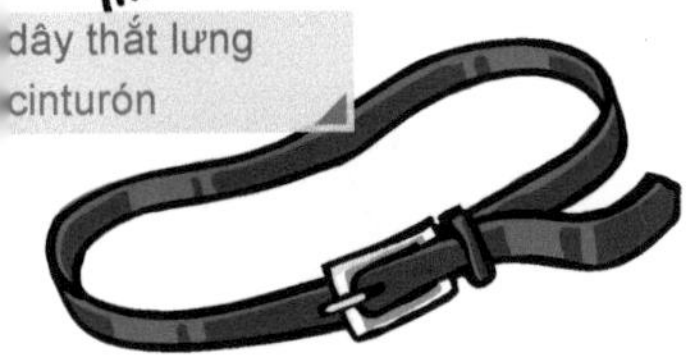

dây thắt lưng
cinturón

ủng
botas

dép đi trong nhà
zapatilla

giày sneaker
deportivas

dép xăng đan
sandalias

giày
zapatos

ủng cao su
botas de goma

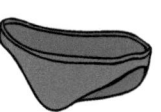

quần lót
ropa interior

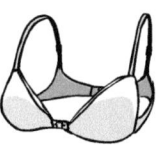

áo ngực
corpiño

áo vest
camiseta

áo ôm sát cơ thể
body

quần dài
pantalón

quần bò
jeans

váy
falda

áo cánh
blusa

áo sơ mi
camisa

áo len chui đầu
pullover

áo len
sweater

áo blazer
blazer

áo jacket
chaqueta

áo khoác
abrigo

áo mưa
impermeable

trang phục
traje chaqueta

áo váy
vestido

áo cưới
vestido de bodas

bộ com lê

traje

áo ngủ

camisón

pijama

pijama

trang phục sari

sari

khăn trùm đầu

pañuelo de cabeza

khăn đội đầu

turbante

áo burka

burka

áo captan

caftán

áo aba

abaya

quần áo bơi

traje de baño

quần bơi

bañador

quần đùi

shorts

quần áo tracksuit

chándal

tạp dề

delantal

găng tay

guante

cái cúc

botón

kính mắt

gafa

vòng đeo tay

brazalete

vòng cổ

cadena

nhẫn

anillo

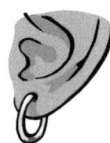

hoa tai

aro

mũ lưỡi trai

gorra

cái mắc treo áo quần

percha

mũ

sombrero

cà vạt

corbata

dây kéo phéc mơ tuya

cierre a cremallera

mũ bảo hiểm

casco

dây đeo quần

tiradores

đồng phục học sinh

uniforme escolar

đồng phục

uniforme

yếm trẻ em

babero

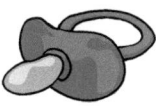

ti giả

chupete

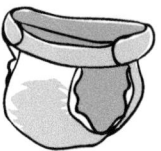

tã lót

pañal

văn phòng
oficina

máy chủ
servidor

tủ hồ sơ
archivador

máy in
impresora

màn hình
monitor

giấy
papel

bàn làm việc
escritorio

chuột máy tính
ratón

thư mục
carpeta

bàn phím
teclado

thùng rác giấy
cesto de papeles

máy tính
ordenador

ghế
silla

cốc cà phê

taza de café

máy tính bỏ túi

calculadora

internet

internet

laptop

laptop

thư

carta

tin nhắn

mensaje

điện thoại di động

teléfono móvil

mạng

red

máy photocopy

fotocopiadora

phần mềm

software

điện thoại

teléfono

ổ cắm điện

tomacorriente

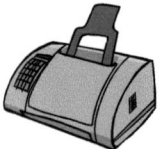

máy fax

máquina de fax

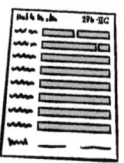

mẫu đơn

formulario

chứng từ

documento

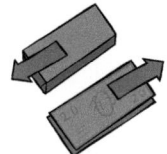

mua

comprar

trả tiền

pagar

buôn bán

comerciar

tiền

dinero

đô la

dólar

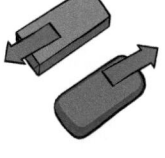

Euro

euro

yên

yen

rúp

rublo

franc Thụy Sĩ

franco

nhân dân tệ

renminbi

rupi

rupia

máy rút tiền tự động

cajero automático

quầy đổi tiền

casa de cambio

vàng

oro

bạc

plata

dầu

petróleo

năng lượng

energía

giá tiền

precio

hợp đồng

contrato

thuế

impuesto

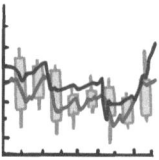

cổ phiếu

acción

làm việc

trabajar

nhân viên

empleado

chủ lao động

empleador

nhà máy

fábrica

cửa hiệu

negocio

nghề nghiệp
ocupaciones

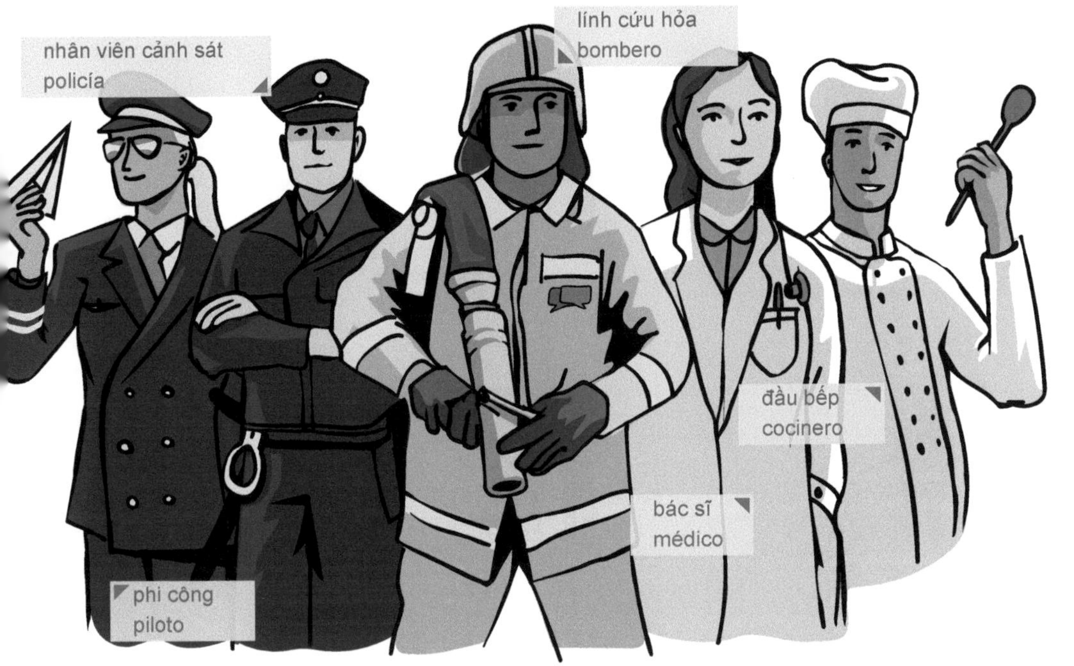
nhân viên cảnh sát
policía
lính cứu hỏa
bombero
đầu bếp
cocinero
bác sĩ
médico
phi công
piloto

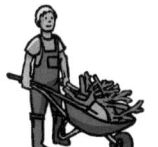

người làm vườn

jardinero

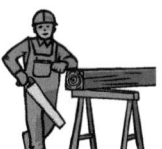

thợ mộc

carpintero

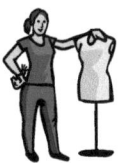

thợ may

costurera

chánh án

juez

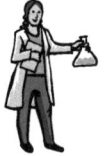

nhà hóa học

químico

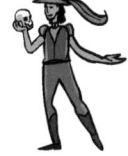

diễn viên

actor

tài xế xe buýt

conductor de autobús

người lái taxi

taxista

ngư dân

pescador

người lau dọn vệ sinh

mujer de la limpieza

thợ lợp mái nhà

techista

bồi bàn

camarero

thợ săn

cazador

họa sĩ

pintor

thợ làm bánh

panadero

thợ điện

electricista

thợ xây dựng

albañil

kỹ sư

ingeniero

người hàng thịt

carnicero

thợ sửa ống nước

fontanero

người đưa thư

cartero

người lính

soldado

kiến trúc sư

arquitecto

nhân viên thu ngân

cajero

người bán hoa

florista

thợ cắt tóc

peluquero

nhân viên soát vé

cobrador

thợ cơ khí

mecánico

thuyền trưởng

capitán

nha sĩ

odontólogo

nhà khoa học

científico

giáo sĩ Do thái

rabino

lãnh tụ Hồi giáo

imam

nhà sư

monje

mục sư

párroco

dụng cụ
herramientas

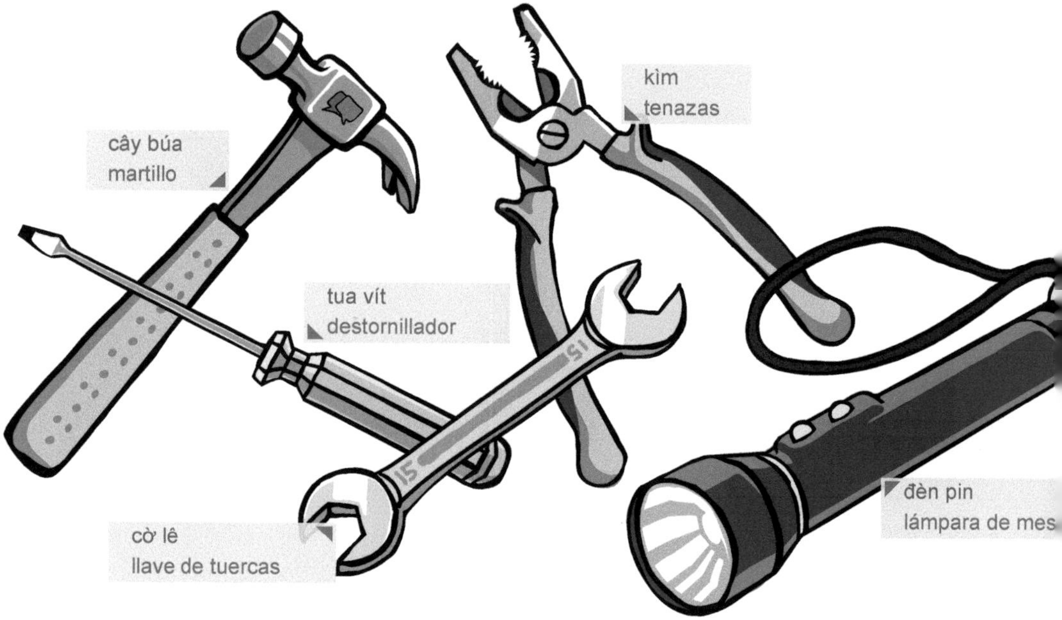

cây búa
martillo

kìm
tenazas

tua vít
destornillador

cờ lê
llave de tuercas

đèn pin
lámpara de mes

máy xúc đất

excavadora

hộp dụng cụ

caja de herramientas

cái thang

escalerilla

cưa

serrucho

đinh

clavos

máy khoan

taladro

sửa chữa

reparar

cái xẻng

pala

khốn nạn!

¡Maldición!

cái hót rác

recogedor

thùng sơn

lata de pintura

vít

tornillos

nhạc cụ
instrumentos musicales

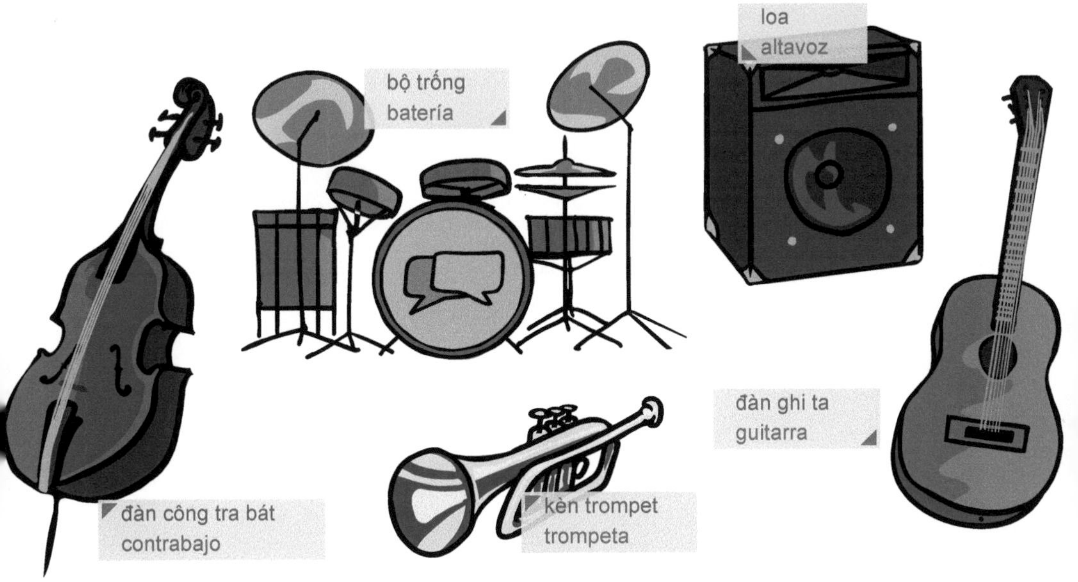

loa
altavoz

bộ trống
batería

đàn công tra bát
contrabajo

kèn trompet
trompeta

đàn ghi ta
guitarra

đàn piano

piano

đàn vĩ cầm

violín

ghi ta bass

bajo

trống định âm

timbales

trống

tambor

đàn organ

teclado

kèn Saxophone

saxofón

sáo

flauta

micro

micrófono

vườn bách thú

zoológico

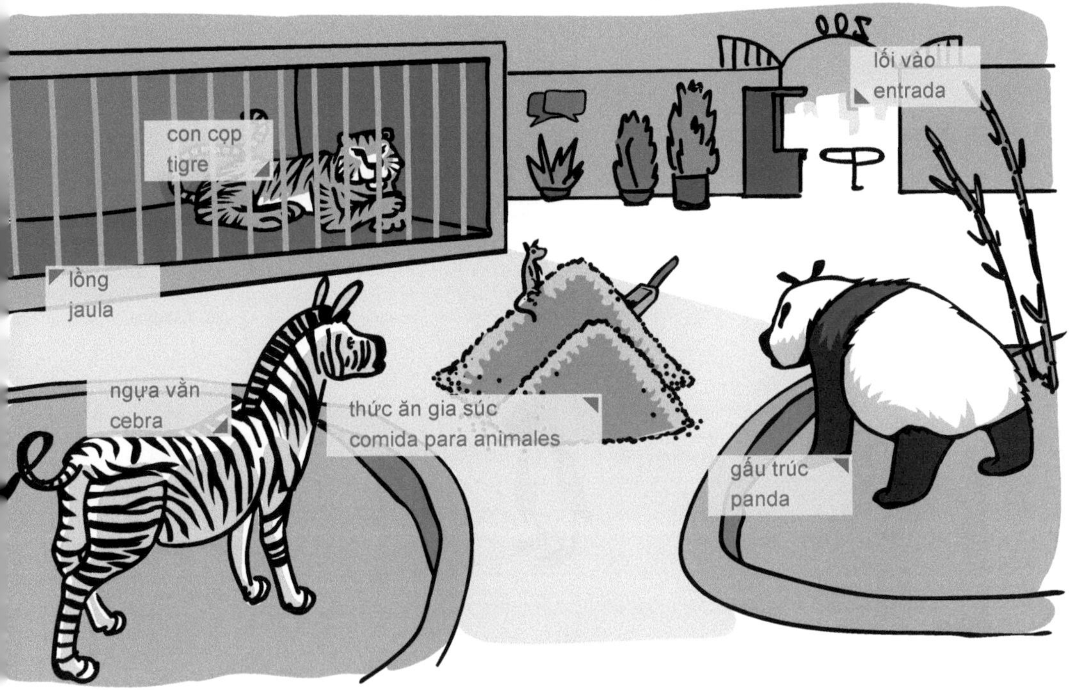

lối vào
entrada
con cọp
tigre
lồng
jaula
ngựa vằn
cebra
thức ăn gia súc
comida para animales
gấu trúc
panda

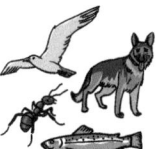

động vật

animales

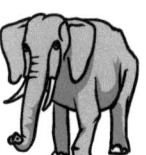

con voi

elefante

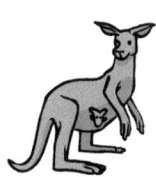

chuột túi

canguro

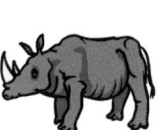

tê giác

rinoceronte

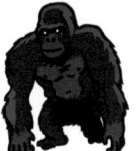

khỉ đột

gorila

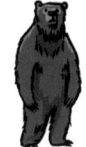

con gấu

oso

lạc đà

camello

đà điểu

avestruz

sư tử

león

con khỉ

mono

hồng hạc

flamengo

con vẹt

papagayo

gấu bắc cực

oso polar

chim cánh cụt

pingüino

cá mập

tiburón

con công

pavo real

con rắn

serpiente

cá sấu

cocodrilo

người trông giữ vườn bách
thú
cuidador del zoológico

hải cẩu

foca

báo đốm

jaguar

ngựa lùn

pony

con báo

leopardo

hà mã

hipopótamo

hươu cao cổ

jirafa

đại bàng

águila

heo rừng

jabalí

cá

pescado

con rùa

tortuga

hải mã

morsa

con cáo

zorro

linh dương

gacela

bóng bầu dục Mỹ
fútbol americano

đua xe đạp
ciclismo

quần vợt
tenis

bóng rổ
baloncesto

bơi
natación

đấm bốc
boxeo

khúc côn cầu trên băng
hockey sobre hielo

bóng đá
fútbol

cầu lông
badminton

điền kinh
atletismo

bóng ném
balonmano

trượt tuyết
esquí

polo
polo

các hoạt động
actividades

nhảy
saltar
ôm
abrazar
cười
reír
đi bộ
caminar
ca hát
cantar
mơ
soñar
cầu nguyện
rezar
hôn
besar

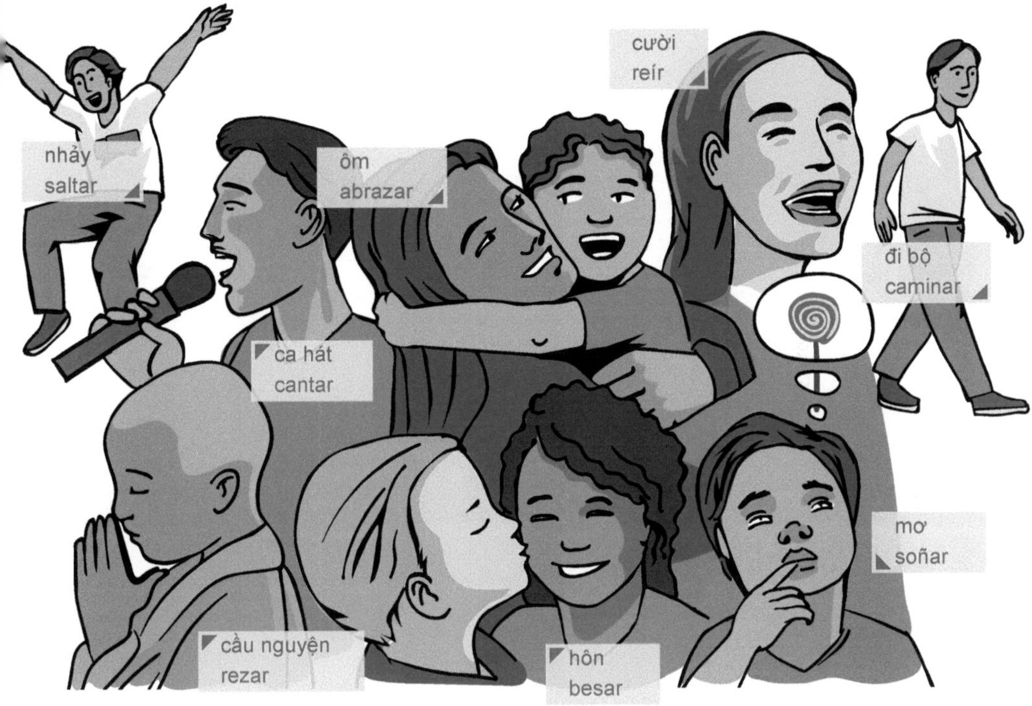

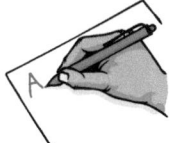

viết
escribir

vẽ
dibujar

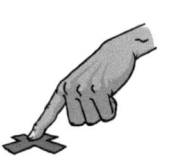

chỉ trỏ
mostrar

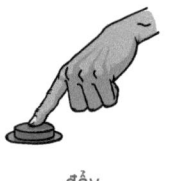

đẩy
presionar

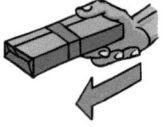

cho
dar

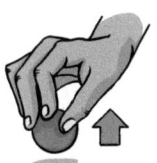

lấy đi
tomar

có
tener

làm
hacer

thì / là
ser

đứng
estar de pie

chạy
correr

kéo
tirar

ném
arrojar

rơi
caer

nằm
estar acostado

chờ đợi
esperar

mang vác
llevar

ngồi
estar sentado

mặc quần áo
vestirse

ngủ
dormir

thức dậy
despertar

xem

mirar

khóc

llorar

vuốt ve

acariciar

chải

peinarse

nói chuyện

conversar

hiểu

entender

câu hỏi

preguntar

nghe

oír

uống

beber

ăn

comer

dọn dẹp

asear

yêu

amar

nấu nướng

cocinar

lái xe

conducir

bay

volar

đi thuyền buồm

navegar

tính toán

calcular

đọc

leer

học

aprender

làm việc

trabajar

cưới

casarse

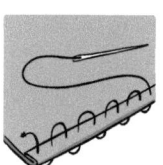

khâu vá

coser

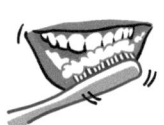

đánh răng

limpiarse los dientes

giết

matar

hút thuốc

fumar

gửi đi

enviar

gia đình
familia

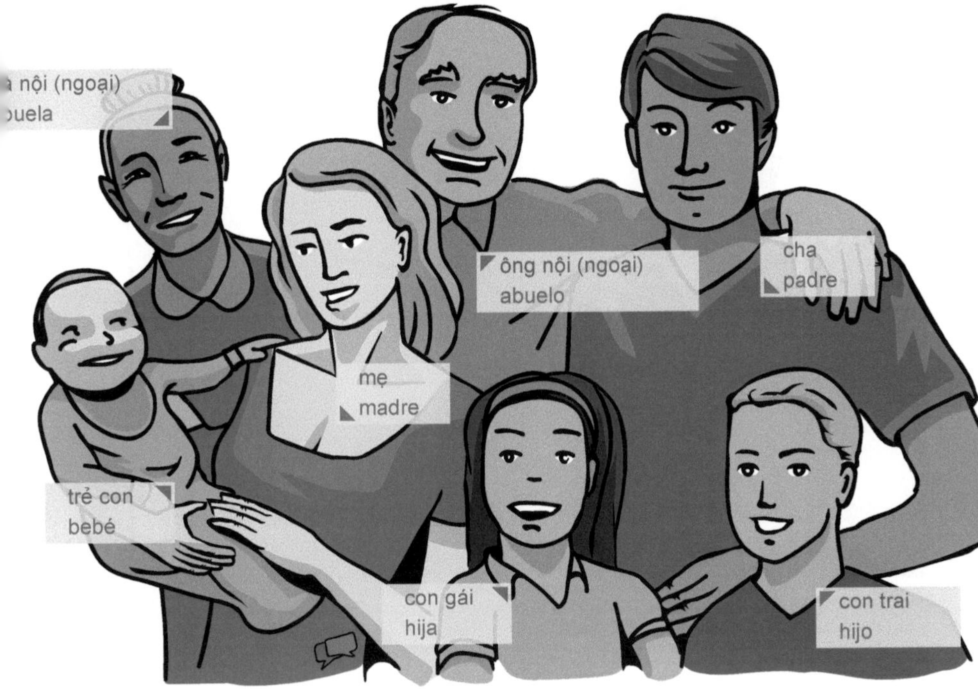
nội (ngoại)
uela
ông nội (ngoại)
abuelo
cha
padre
mẹ
madre
trẻ con
bebé
con gái
hija
con trai
hijo

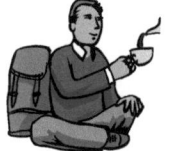

khách

invitado

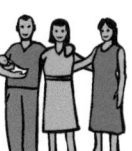

cô (dì)

tía

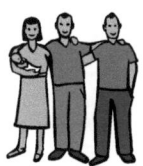

chú, bác (cậu)

tío

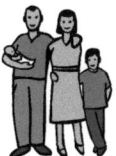

anh (em) trai

hermano

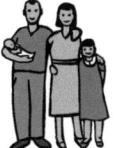

chị (em) gái

hermana

cơ thể

cuerpo

trán
frente
mắt
ojo
vai
hombro
ngón tay
dedo
mặt
cara
cằm
barbilla
bàn tay
mano
chân
pierna
ngực
pecho
cánh tay
brazo

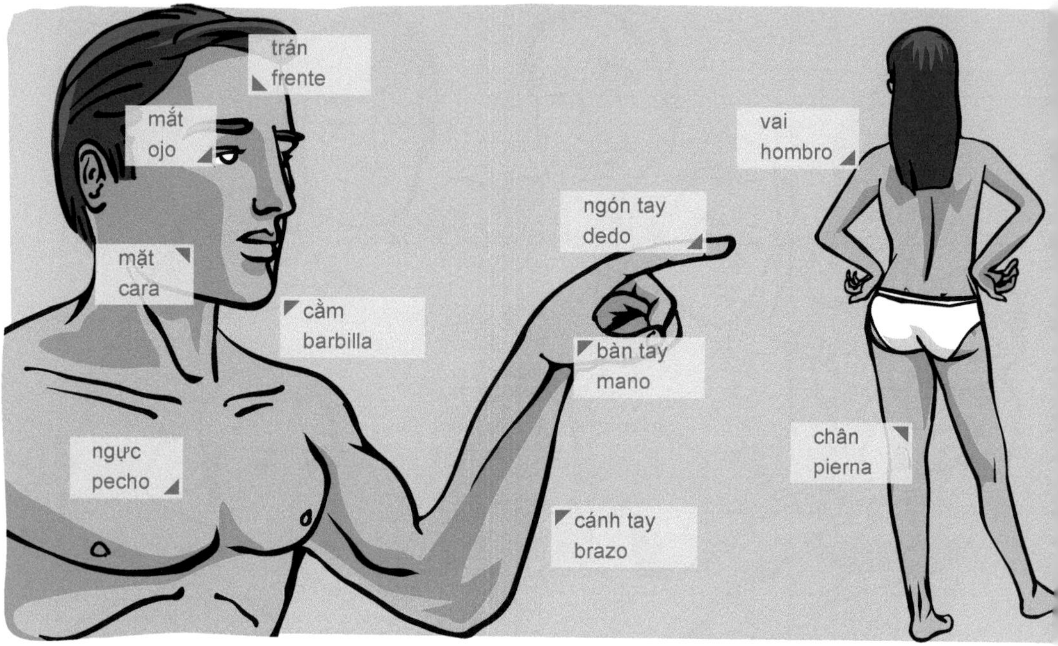

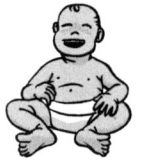

trẻ con

bebé

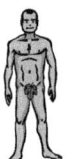

đàn ông

hombre

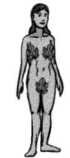

phụ nữ

mujer

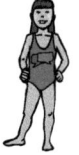

bé gái

muchacha

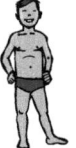

bé trai

joven

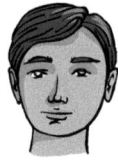

đầu

cabeza

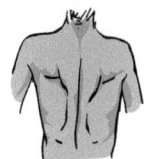

lưng
espalda

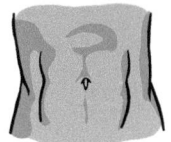

bụng
vientre

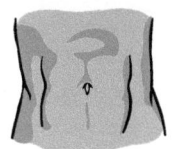

rốn
ombligo

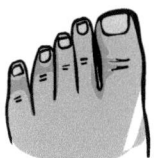

ngón chân
dedo del pie

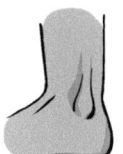

gót chân
talón

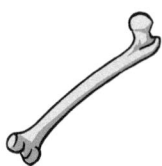

xương
hueso

hông
cadera

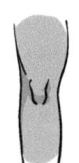

đầu gối
rodilla

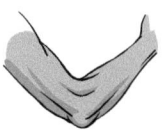

khuỷu tay
codo

mũi
nariz

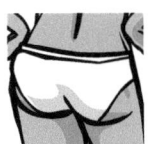

mông
trasero

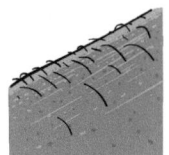

da
piel

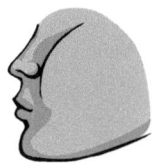

má
mejilla

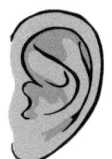

tai
oreja

môi
labio

miệng

boca

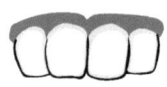

răng

diente

lưỡi

lengua

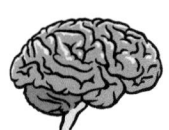

não

cerebro

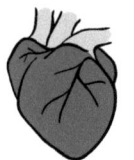

tim

corazón

cơ bắp

músculo

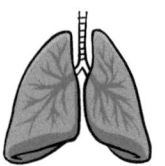

phổi

pulmón

gan

hígado

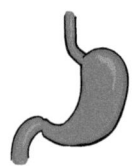

dạ dày

estómago

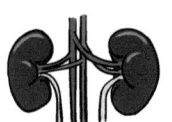

thận

riñones

giao hợp

relación sexual

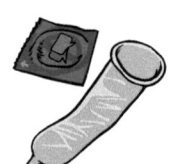

bao cao su

condón

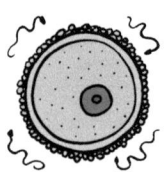

noãn

Óvulo

tinh dịch

esperma

mang thai

embarazo

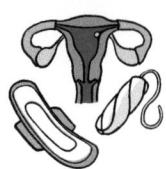

kinh nguyệt

menstruación

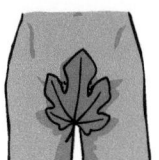

âm vật

vagina

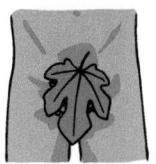

dương vật

pene

lông mày

ceja

tóc

cabello

cổ

cuello

bệnh viện
hospital

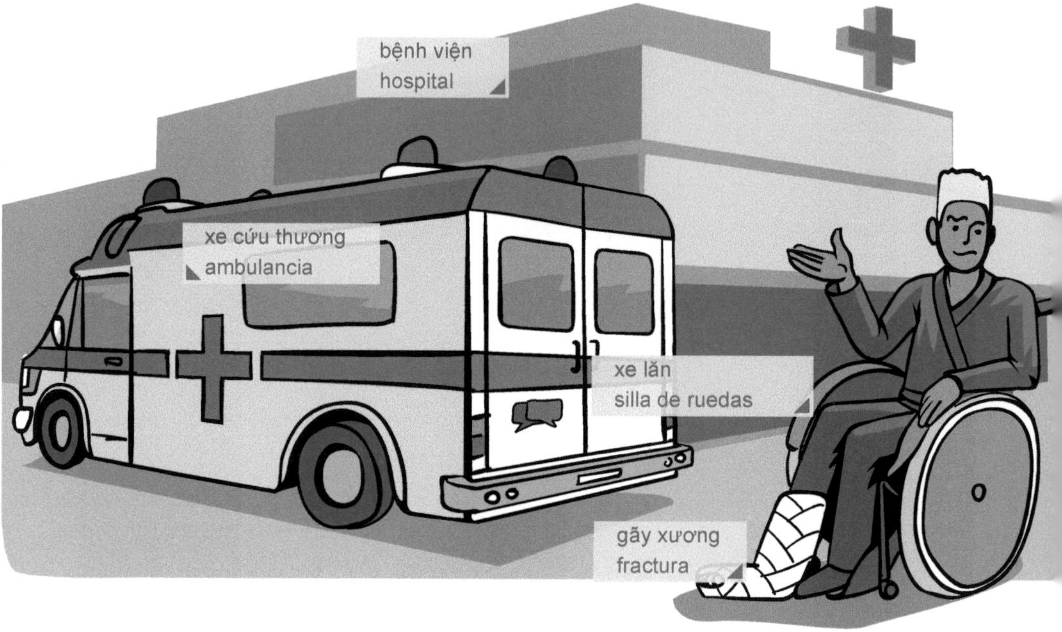

bệnh viện
hospital
xe cứu thương
ambulancia
xe lăn
silla de ruedas
gãy xương
fractura

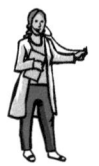

bác sĩ

médico

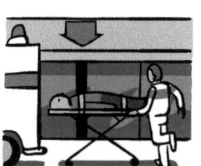

phòng cấp cứu

admisión de urgencia

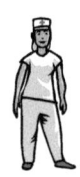

y tá

enfermera

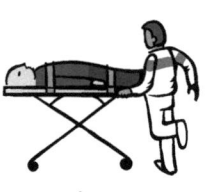

cấp cứu

emergencia

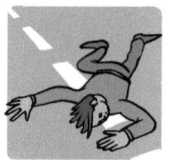

bất tỉnh

inconsciente

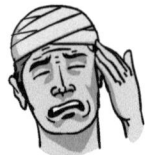

cơn đau

dolor

bị thương

lesión

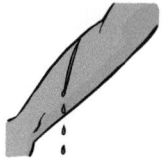

chảy máu

hemorragia

nhồi máu cơ tim

infarto de miocardio

đột quỵ

apoplejía cerebral

dị ứng

alergia

ho

tos

sốt

fiebre

cúm

gripe

tiêu chảy

diarrea

đau đầu

dolor de cabeza

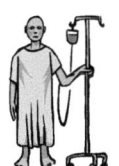

ung thư

cáncer

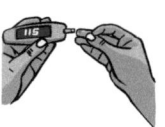

bệnh tiểu đường

diabetes

bác sĩ phẫu thuật

cirujano

dao mổ

escalpelo

giải phẫu

operación

chụp cắt lớp

TC

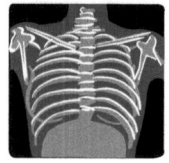

chụp x-quang

rayos X

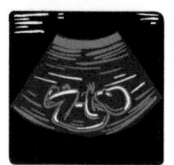

siêu âm

ultrasonido

mặt nạ

máscara

bệnh

enfermedad

phòng đợi

sala de espera

cái nạng

muleta

băng dán vết thương

emplasto

băng bó

vendaje

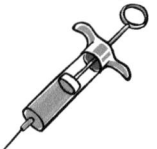

tiêm thuốc

inyección

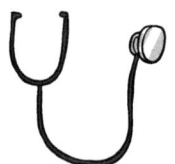

ống nghe khám bệnh

estetoscopio

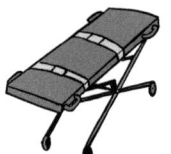

băng ca

camilla

nhiệt kế

termómetro

sinh đẻ

nacimiento

thừa cân

sobrepeso

74   bệnh viện - hospital

máy trợ thính

audífono

chất khử trùng

desinfectante

nhiễm trùng

infección

vi rút

virus

HIV / AIDS

VIH / SIDA

thuốc

medicina

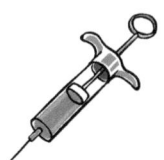

tiêm chủng

vacunación

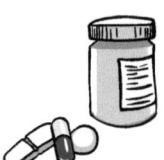

thuốc viên

comprimido

viên thuốc

píldora anticonceptiva

gọi cấp cứu

llamada de emergencia

máy đo huyết áp

medidor de presión arterial

bệnh / khỏe mạnh

enfermo / saludable

cứu!

¡Ayuda!

báo động

alarma

cuộc đột kích

asalto

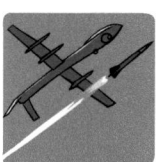

sự tấn công

ataque

mối nguy hiểm

peligro

lối thoát hiểm

salida de emergencia

cháy!

¡Fuego!

bình chữa cháy

extintor

tai nạn

accidente

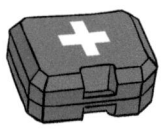

bộ dụng cụ sơ cứu

kit de primeros auxilios

SOS

SOS

cảnh sát

Policía

châu Âu

Europa

Bắc Mỹ

América del Norte

Nam Mỹ

América del Sur

châu Phi

África

châu Á

Asia

châu Úc

Australia

Đại Tây Dương

Atlántico

Thái Bình Dương

Pacífico

Ấn Độ Dương

Océano Índico

Nam Cực Dương

Océano Antártico

Bắc Băng Dương

Océano Ártico

bắc cực

Polo Norte

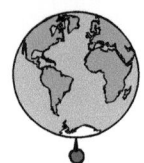

nam cực
....
Polo Sur

nam cực
....
Antártida

trái đất
....
Tierra

đất liền
....
país

biển
....
mar

đảo
....
isla

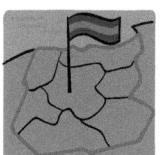

quốc gia
....
nación

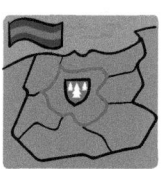

nhà nước
....
Estado

mặt đồng hồ

cuadrante

kim chỉ giờ

horario

kim chỉ phút

minutero

kim chỉ giây

segundero

Bây giờ là mấy giờ?

¿Qué hora es?

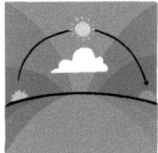

ngày

día

thời gian

tiempo

bây giờ

ahora

đồng hồ điện tử

reloj digital

phút

minuto

giờ

hora

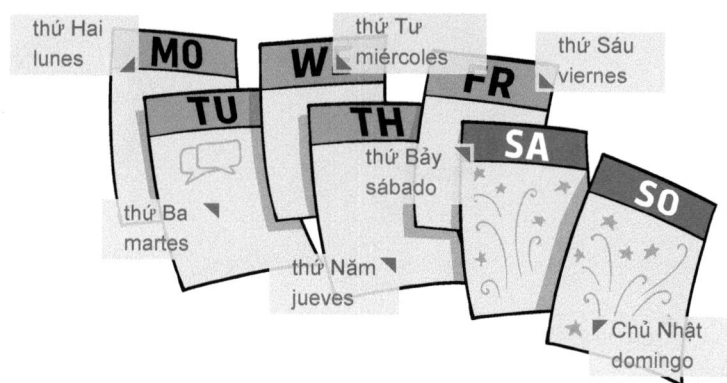

thứ Hai
lunes

thứ Tư
miércoles

thứ Sáu
viernes

thứ Ba
martes

thứ Bảy
sábado

thứ Năm
jueves

Chủ Nhật
domingo

hôm qua

ayer

hôm nay

hoy

ngày mai

mañana

buổi sáng

mañana

buổi trưa

mediodía

buổi tối

tarde

ngày làm việc

jornada de trabajo

cuối tuần

fin de semana

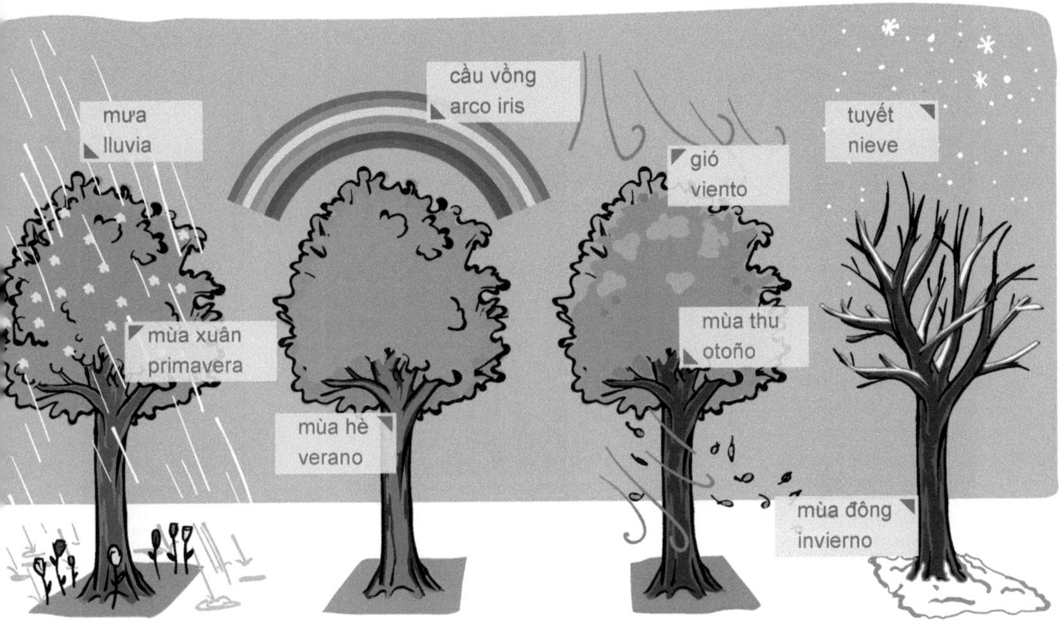

cầu vồng
arco iris
mưa
lluvia
tuyết
nieve
gió
viento
mùa xuân
primavera
mùa thu
otoño
mùa hè
verano
mùa đông
invierno

4.APRIL 11°
5.APRIL 4°
6.APRIL 13°
7.APRIL 8°
8.APRIL 10°

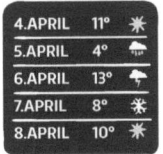

dự báo thời tiết

pronóstico meteorológico

F
C

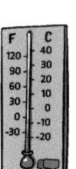

nhiệt kế

termómetro

ánh nắng

luz solar

mây

nube

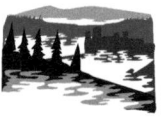

sương mù

niebla

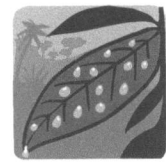

độ ẩm không khí

humedad ambiente

tia chớp

relámpago

sấm sét

trueno

cơn bão

tormenta

mưa đá

granizo

gió mùa

monzón

lũ lụt

inundación

nước đá

hielo

tháng Một

enero

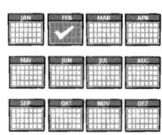

tháng Hai

febrero

tháng Ba

marzo

tháng Tư

abril

tháng Năm

mayo

tháng Sáu

junio

tháng Bảy

julio

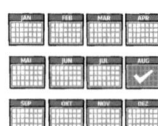

tháng Tám

agosto

năm - año

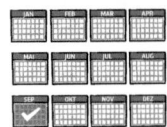

tháng Chín

septiembre

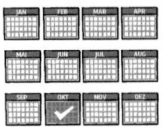

tháng Mười

octubre

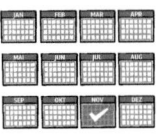

tháng Mười Một

noviembre

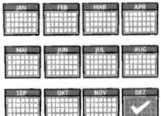

tháng Mười Hai

diciembre

hình dạng
formas

hình tròn

círculo

hình vuông

cuadrado

hình chữ nhật

rectángulo

hình tam giác

triángulo

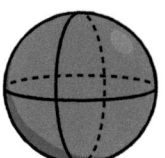

hình cầu

esfera

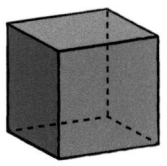

khối vuông

cubo

màu sắc
colores

màu trắng

blanco

màu vàng

amarillo

màu cam

anaranjado

màu hồng

rosa

màu đỏ

rojo

màu tím

lila

màu xanh dương

azul

màu xanh lá cây

verde

màu nâu

marrón

màu xám

gris

màu đen

negro

nhiều / ít

mucho / poco

tức tối / điềm tĩnh

enojado / calmado

xinh đẹp / xấu xí

bonito / feo

bắt đầu / kết thúc

comienzo / fin

to / nhỏ

grande / pequeño

sáng / tối

claro / oscuro

anh (em) trai / chị (em) gái

hermano / hermana

sạch / bẩn

limpio / sucio

đủ / thiếu

completo / incompleto

ngày / đêm

día / noche

chết / sống

muerto / vivo

rộng / chật hẹp

ancho / angosto

ăn được / không ăn được

disfrutable / no disfrutable

ác / tử tế

malo / amigable

hào hứng / chán nản

excitado / aburrido

béo / gầy

gordo / delgado

đầu tiên / cuối cùng

primero / último

bạn / thù

amigo / enemigo

đầy / rỗng

lleno / vacío

cứng / mềm

duro / suave

nặng / nhẹ

pesado / liviano

đói / khát

hambre / sed

bệnh / khỏe mạnh

enfermo / saludable

bất hợp pháp / hợp pháp

ilegal / legal

thông minh / ngu

inteligente / tonto

trái / phải

izquierda / derecha

gần / xa

cercano / lejano

mới / cũ

nuevo / usado

không có gì cả / có cái gì đó

nada / algo

già / trẻ

viejo / joven

bật / tắc

encendido / apagado

mở / đóng

abierto / cerrado

im lặng / ồn ào

bajo / fuerte

giàu / nghèo

rico / pobre

đúng / sai

correcto / incorrecto

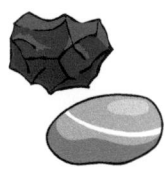

sần sùi / mịn màng

áspero / liso

buồn / vui

triste / alegre

ngắn / dài

breve / extenso

chậm / nhanh

lento / veloz

ẩm ướt / khô ráo

mojado / seco

ấm áp / mát mẻ

caliente / frío

chiến tranh / hòa bình

guerra / paz

0

số không

cero

1

một

uno

2

hai

dos

3

ba

tres

4

bốn

cuatro

5

năm

cinco

6

sáu

seis

7

bảy

siete

8

tám

ocho

9

chín

nueve

10

mười

diez

11

mười một

once

12

mười hai

doce

13

mười ba

trece

14

mười bốn

catorce

15

mười lăm

quince

16

mười sáu

dieciséis

17

mười bảy

diecisiete

18

mười tám

dieciocho

19

mười chín

diecinueve

20

hai mươi

veinte

100

một trăm

cien

1.000

một ngàn

mil

1.000.000

một triệu

millón

con số - números

89

tiếng Anh

inglés

tiếng Anh Mỹ

inglés estadounidense

tiếng Quan Thoại

chino mandarín

tiếng Hin-di

hindi

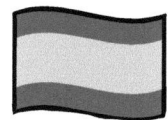

tiếng Tây Ban Nha

español

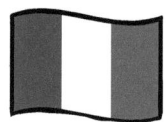

tiếng Pháp

francés

tiếng Ả-rập

árabe

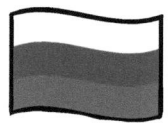

tiếng Nga

ruso

tiếng Bồ Đào Nha

portugués

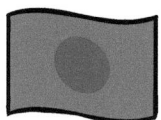

tiếng Bengal

bengalí

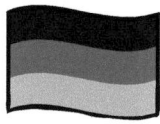

tiếng Đức

alemán

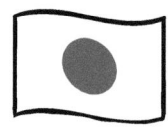

tiếng Nhật

japonés

tôi

yo

bạn

tú

anh ta / cô ta / nó

él / ella

chúng tôi

nosotros

các bạn

vosotros

họ

ellos

ai?

¿quién?

cái gì?

¿qué?

như thế nào?

¿cómo?

ở đâu?

¿dónde?

lúc nào?

¿cuándo?

tên

nombre

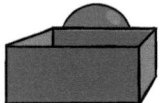

phía sau
....
detrás

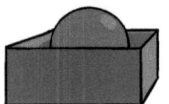

ở trong
en

phía trước
....
delante de

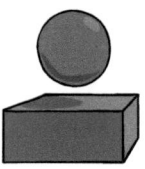

phía trên
....
encima de

ở trên
....
sobre

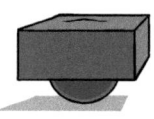

ở dưới
....
debajo de

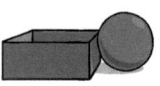

bên cạnh
....
junto a

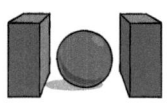

ở giữa
....
entre

chỗ
....
lugar